Sa pinakamagandang lalaki sa mundo, ang aking asawang si Alex. Nagpapasalamat ako sa Diyos dahil dumating ka sa buhay ko. Ikaw ang pinakamahal na regalo kailanman. Nag-iisa at hinding hindi mapapalitan. Lahat ng karangalan sa iyo, mahal ko. Mahal na mahal kita Alex Patterson. Ang iyong mahal na asawa, Michailah Belle.

Pananaw ng
Inspirasyon
Michailah Belle

Pananaw ng Inspirasyon

Michailah Belle

Sa alaala ng aking ina na sina Nancy Elizabeth Belle at Eddie Mae Nash, kung wala ang iyong kagandahan ay hindi ko makikita ang mundo sa pamamagitan ng mata ng Diyos. mahal ko kayo. Hinding hindi ka malilimutan.

"Ipagpatuloy ang inyong magandang paglakbay"

Espesyal na pasasalamat sa

Diyos

Alex Patterson – aking asawa, paraluman at kapares

Michaiah Belle "Badlife Ace" – aking kapatid na lalaki at at ilustrador ng likhang sining sa loob ng aking aklat.

Lahat ng membro ng Loud House Incorporation – Lahat ng mga anak ko: kadugo, hindi kadugo, anak ng Diyos at mga apo ko. Lahat ng kapatid ko. Espesyal na pasasalamat din kay Patricia Nash, Lanashia Dixon at Danisha Hart.

"NYSE", LaThelma Nash, Mina Abidi mga kapatid ko. Lahat ng membro ng pamilya at kaibigan ko.

Cay Canque, Tayeb Mraydi, Mohammad Amin Shili at Crystel Ann Linatoc.

Sa lahat ng sumusuporta sa akin.

Unang Kabanata

Hindi ko alam ang dapat kong sabihin! Ang utak ko ay lumilipad kung saan. Lagi na lng akong nagiisip.Para isang bomba na naghihintay sumabog . Maraming beses na ako nasaktan hindi ko na kaya unawain ang maling realidad.Ang aking hindi totoong realidad.Yung mga gumugulo sa isip ko na hindi nangyayari sa totoong buhay.

Hinayaan ko na mangibabaw ang utak ko.Hinayaan ko ang demonyo ang mangibabaw.Hinyaan ko syang wasakin ako,paikutin at sunugin. Sinakal nya rin ako.Nakakatawa! Lahat sinasabi na di ko kailangan manigarilyo, pero alam ng Diyos na kailangan ko! Hindi lang ng paninigarilyo, pero pati ng tamang tao.

Baliw na hayop! Sabi ng titignan ako paano tawagan ang hayop na yun? Makakalimutan ko ng mabilisan ang hayop na yun. Pero tumatanda na ako.Kwarenta na ngayon. Lagi na lang ako nauuntog o nahuhulog nawawala ako sa tamang pagiisip. Pinagdarasal ko na bumalik to.

Pero maiba ako,yung babaeng doktor na tumingin saakin, para makita kung ano ang mali ,sabi lang na guni-guni ko lamang iyon. Na nagiisip lang ako ng mga bagay bagay.Baliw sya, para mo na sinabi na guni guni ko lang ang buo kong buhay? Na wala akong labing isang anak? Na naiisip ko lang ang mga bagay bagay? , Na wala akong anak na babae sa puso ng ibang tao na may dalawa beses na stage 4 level B cancer na , sumailalim nagpa heart transplant at di matagumpay at lahat ng iba pang ito? Wala akong asawa na nag ngangalang Alexandro na nagpaparamdam sakin ng saya tuwing kasama ko? At wala ako ng humigit dalawang daan na anak?

Totoo, seryuso ka? Ano sa tingin mo nakaupo lang ako rito at nagiisip ng kung ano ano? Sinagad nya ang galit ko. Sabi ko gusto ko magpakunsulta sa iba, kasi sa totoo lang itong doktor na ito ay di alam ang mga sinasabi nya.

HAHAHAHA Itong walang hiya na ito ay kailangan bumalik sa pagaaral. Itong walang hiyang ito ay pinatingin lang ako sa tuldok sa gitna ng screen ng buong oras. Nakatulog ako, nangalay ang kamay ko, di ako makaupo, masakit ang likod, mahapdi ang mata. Pinipilit ko pindutin ang pindutan para matapus na. Sa totoo lang gusto ko na lng makalabas dito.

Sino magtyatyaga maupo lang sa harap ng screen at tumitig sa tuldok sa gitna ng screen? Sino? Sabi ng walang hiya may ADHD ako. Hindi ba ibig sabihin na hindi ako uupo lang at titigan ang tuldok na yun ng isang oras at pindutin ang buton? Hindi ako papasa sa pagsusuri mo, pasensya na. Nabigo ko ba ang walang hiyang ito o hindi?

Sa totoo lang, sa tingin ko ay pumasa ako ng may mataas na grado!!! Isipin mo yun! Hindi ako pumasa patunay lang na totoo ang naiisip ko na may ADHD ako. Ding ding ding ding. dahil dyan dapat may premyo ka. Pero ang walang hiyang ito ang sabi walang mali sa akin! Na mga kathang isip ko lamang ito at gawa-gawa.

Ngayon, kailangan ko magbayad para sa walang kwentang ito? Hindi ako, kasi mahirap lang ako dahil sa mga walang hiya na gumagamit ng pangalan ko at ang gobyernong walang pakialam dahil mga palpak sila! Sabagay mga hayop sila! Sinukuan ko na sila. Makikita nila na nagkamali sila at magbabayad sila. Magiging pinakamayaman ako sa buong mundo. Pinapangako ko yan.

Pag dumating yun, ako at ang kapatid kong lalaki na si Sunshine ay magdarasal na bumalik silang nakayuko dahil sa mga ninakaw nila sa akin. Sa ngalan ni Jeus Amen!

Nakikita mo kung paano ang takbo ng utak ko? Kung nasaan-saan na lang. Bigyan mo ako ng paksa at panigurado hindi ako makakasunod. Marami akong ginagawa, napakarami. Alam ko kailangan ko ng oras para sa sarili ko, pero hindi. Mamimiss ko ang lahat. Ang asawa ko, mga kapatid at ang dalawang daan kong anak.

Hinihiling ko na makabuo ako ng isang malaking kumunidad at tumira ang buong pamilya ko. Yung may bakod na kuminidad. Kami ang pinaka nakakatakot na pamilya kung sakali, walang iba makakapang api. Maingay na bahay at pamilya. OO, gagawin ko yun totoo.

Yung mga anak ko at kambing! Anak ng demonyo sa totoo lang. Nakakatawa. Matatalino sila, gwapo, magaganda, malalakas, kaya ang sarili, masayahin, mapagmanipula, nakakatawa at baliw.naku, kung saan saan sila.

Diyos ko, minsan, yung iba sa kanila ay iniinis ako, pero iniisip ko na lang ang mabuti nilang puso at kung paano minsan di lang lang namin sila maunawaan, kung paano nila kami tingalain. Gusto ko na mabali nila ang lubig na hindi ko nabali. At mawala ang sumpa sa henerasyong ito.

Itong mga bata ito ang magtuturo satin ng lahat. Mahal ko ang bawat isa sa kanila! At mahal ko silang dalawag daan ng pantay pantay! Alam ko di ko sila nakakausap araw araw, pero iniisip ko sila. Iniisip ko ang mga pinagdaanan naming problema na magkakasama na pamilya. Bawat isa, ay pagpapala, tinuruan ang ng leksyon ito man ay masama o mabuti. Sana lang ay natururuan ko sila at nadadala sa tamang landas. Minsan hindi ako sigurado sa sarili ko.

Ako at ang mga anak ko ay marami ng pinagdaanan. Ulan, sakuna, taglamig at bagyo. Lagi ako andiyan para sa kanila. Kahit sa kamatayan. Yan ang gusto ko iwan sa mga anak ko at sa susunod pa na henerasyon. Alam ko di ako perpekto. Walang sino man! pero, Lagi ako magsisikap sa makakaya ko! ayuko maging bigo. Ayaw ko biguin ang asawa ko na si Alexandro, ang Diyos o sino man sa pamilya ko. Hinihiling ko na sana mayaman ako para mapasaya ko lahat sa pamilya. Sana lang kaya ko pasayahin ang bawat isa. Kasi sa tingin ko yan lang ang nakakapagpasaya sa kanila nitong mga dumaang araw. Sana lang kaya ko pasayahin lahat. Kukunti lang tao na nakapaligid saakin. Diyos ko bigyan mo ako ng kapayapaan.

Sa totoo lang sobrang sakit ng likod ko. Pinsala sa ugat at sakit sa buto at ugat. Masakit rin ang leeg ko kakayuko upang magsulat. Masakit rin ang kamay ko sa paghawak ng panulat. Mabigat ang kamay ko at kailangan ko ng pwersa sa paghawak nito upang maisulat ko ng maayos.

Diyos ko, akala ko yung lalaki sa telibisyon ay kumakain lang ng karneng ibon pero itong hayop na ito ay kumakain ng ibon na may balahibo! Gusto ko hilingin na isa ako sa kanila. Isang Alien, yung maalindog na Alien. Magsusuot ako ng maiksing palda para ipakita ang kalahati ng aking puwet.Para kung makita ako ng asawa ko na si Alexandro ang gagawin nya na lang ay ipasok ito. Mabilisang daan! Ohhhh Gustong gusto ko pag hinahaplos nya ang kaluluwa ko.

Yang dahon na yan ay nakakapagpagutom sa akin Gusto ko dahan dahanin. pero napakahayop, napakasarap nito. Tumataba na ako.Eksperto ako pag dating sa pagkain. Paano naman kayo na kala mo perpekto sa pag chechek ng spelling ko. Magsusulat ako kung ano gusto ko isulat. Wala akong pakialam kung para akong mandaragat kung magsalita. Umalis kayo dito. Ano gagawin nyo? Huliin nyo ako sa pagmumura? Patawan ako ng kasalanan sa pagmumura? Alam na ng Diyos yan na nagmumura ako! Siya ang gumawa sa akin. Ano sa tingin nyo ang pinagsasabi nyo? Nakakatawa kayo!

Ang Diyos ko ang nakakaalam kung sino talaga ako. At alam nyo ba? Sa kanya ako nag tratrabaho at sa kanya lang! Ano sa tingin nyo! Hindi nyo pwede sabihin kung ano dapat gawin ko! Hindi ako robot. Hindi nyo ako pwede ikulong sa maliit na kahon, kasi mas malaki ako sa kayon na yan! Kasi nakikita ko kung ano nasa loob nito, nasa labas at sa paligid nito!

Tingnan nyo kailangan ko tumigil sa pagsusulat para makabuo ng sarili kung pangarap na truck. Hayop, hindi ako mayaman. Wala ako pakialam kung sino mas nakakataas sa akin. Gagawin ko ito! Kahit walang pera o ano pa man sa puno ng dolyar! katulad ng sabi ng kapatid kung si Mookie, alam na nila! Magaling tayo sa mga ginagawa natin! Magkaparehas kami ng iniisip.mahal ko ang pamilya ko. Mabait, masama, maganda, pangit at baliw. Ang pamilya ko ang bumubuo sa akin. Kung ikaw ay pamilya ko at tinatawag mo akong baliw, Kaninong kasalan yun? HAHAHA, sya nga pala alas sais singkwentay syete na ng umaga oras na para manuod ako ng Aral ng bibliya hangang sa makatulog ako. Hanggang magising ang ina ko, mga anak, at mga apo. Sana lang andito ang asawa kong si Alexandro, pero kelangan nya magtrabaho.

Diyos ko, Hinilihiling at pinadarasal ko na sana gawin mo akong pinakamayamang babae sa buong mundo at buong kalawakan! at pati na rin sa langit. Sa tingin ko karapatan ko magkaroon ng Korona at napakaraming alahas.HAHAHA. Diyos ko alam mong wala ako pakealam sa alahas at korona. Yung iba magsasabi nagmumura sya at sinasabi nya ang pangalan ng Dios ng sabay.HAHAHA alam ng Diyos kung sino ako! Tapos! Siya ang gumawa sa akin!

Katulad ng sinabi ko sa Diyos, Ang matalik kong kaibigan, Ang aking ama at dapat lang na asikasuhin mo sarili mong buhay kaysa pakialaman kung paano ako makipagusap sa aking ama! Alam nya ang nasa luob ng puso ko. Lahat ng korona at alahas na makukuha ko sa sa langit ay itatago ko para matulungan ang isang myembro ng aking pamilya o kaibigan o kahit pa kaaway ko para maisalba papuntang impyerno.Yung mga alahas na yun ang magsisilbing Grasya sa kanila. Magiging pangalawang pagkakataon. Ang ilan sa atin ay wala nun.

Isinakripyo ko ang sarili ko at dugo para sa mga tao na hindi man lang matangap kung sino ako. Lahat sila gusto ako baguhin. Pero hindi ako yun. Kapag andiyan ka para sa Diyos makukuha mo ang kapayapaan, dun mo makukuha ang tunay na pag ibig.

Yung pag ibig sa Diyos ay iba sa pagibig sa tao. Yung mga tao ay mahina,mapanghamon at baliw!!!! Sinasagad nila ang galit ko.

Hindi ko maintindihan bakit hindi na lang gunawin tayo ng panginoon! Ang mga tao ay nakakasuka! OO, kasama ko ang mga Alien kong kapatid na babae at lalaki. Lalamonin ko kayong lahat! Mga wala kayong kwenta! Mga hindi nagmamahal!

Yun ang naiisip ko.pero magmula ng matagpuan ko ang nag iisang mahal ko sa buhay. Ang isip ko,kaluluwa, ang puso , ang lahat sa akin. Pinagdasal ko sya. Ang akala ko hindi na darating ang magmamahal sa akin. Sa kanya natagpuan ko ang tunay na ako! Sa kany ako natagpuan ang Diyos. Ginawa sya ng Diyos para sa akin.Buong araw nyang hinulma. Para sabihin ko sayo! Nakakaakit sya! HAHAHA

Pangalawang Kabanata

Alam mo ang inspirasyon ko para mabuhay?
Ang pamilya ko, higit sa lahat ang mahal ko at ang aking mga anak. Sa lahat na hindi nakakakilala sakin, sasabihin ko sainyo kung sino ang pamilya ko... ang pamilya ko ay binubuo ng mga taong pinakabaliw sa planeta!!! Sabi ko nga may mabait, masama, at may pangit. Bumuo ako ng sarili kong pamilya. Ang pamilya ay di lamang dahil kadugo! Ito ay pwede rin gaya ng nasa isip nyo na tubig. Hindi kailangan na maging kadugo para maging pamilya. lahat tayo ay magkakadugo para sa akin tatawagin ko kayo kung ano ang tingin ko sa inyo.

Kung tinawag kitang kapatid na lalaki iyon ay dahil nakikita kita bilang tunay na kapatid na lalaki. Ganun din kung tinawag kitang kapatid na babae dahil nakikita kita bilang isang kapatid na babae. Dahil dyan, ang pamilya ay kung ano ang paano mo binubuo ito! Wala akong pakialam kung galit sila o ano pa man. Sa huli sila ay pamilya ko pa rin! Paano kung ganito. Pwede nyo ako talikuran dahil sa ayaw ko maging kung ano ang gusto nyo.

Pwede nyo ako talikuran. Wala akong pakialam! Kasi di ko pagtatakpan ang mga kawalang hiyaan kahit kailan! Ako nga ang sinasabing itim na tupa! Ang lahat akala spesyal ako. Yung laging tinuturing na maliit na prensesa at lagi nakukuha ang gusto.

Hindi yan totoo! Lagi ko yun "makukuha sa putik" katulad ng laging kinakanta ng kapatid ko na si Bradlife Axe! Gustong gusto ko ang bidyo na iyun! Gustong gusto ko ang mala anghel at nakakakilabot na boss! Mga walang hiya kayo, maiingit kayo! Sya lang naman ang aking kapatid! Kung sino man ang papatay sa kanya sisiguraduhin ko na hahanapin ko kayo! Lahat kami! Buong pamilya! Tapus! Nagtratrabaho ako para sa Diyos at kaninong pamilya ang malaki? Sa akin!

OO, katulad ng lagi sinasabi ng anak ko na si Rezy Rell. Kapag kinanti mo ako! Sino man tumapak sakin, sa pamilya ko, wala ako pakialam kung magkaaway tayo, hahanapin kita. At toto yun! At alam ng lahat di ako nakikipag away, pero itong mga to ay gusto gusto na sagarin ang galit ko at sa tingin nila di ako lalaban. Sagarin nyo ako ng isang beses pa at baka pasabugin ko ang buong planeta. Lagi ko sinasabi di ako galing dito!

Lagi rin naman ako tinatawag na demonyo at mambabarang. Nakakatawa. Ako yung totong sampid. Kwenestyun nyo rin ang pananampalataya ko at tinawag akong baliw dahil kinakausap ko ang mga spirito at nakikita ko sila. Galit lang kayo kasi wala kayong kapangyarihan. Lagi nyo ginagamit yang mga gadget nyo para makakuha ng maling impormasyon para saan sa Facebook likes, tweets at pera! Sasabihin ko kung ano nakikita ko. Kahit maniwala kayo o hindi!

Ang pinaniniwalaan ko ay paniniwalaan ko. Kaya mahal ko mga kapatid ko. Naintindihan nila ako sa lahat. Sa tingin ko may ibat iba akong personalidad???

Isang araw matino ako, sa sunod magiging ibang ibang tao ako. Bipolar ako, at wala ako pakialam kung ano man sabihin nyo, Baliw ako, e ano naman? Sino ang di baliw sa panahon ngayon? Nakakatulong ba sila para sa pagkain natin o tubig.

Sa tingin nyo sa galing nyo kaya nyo gawin tayong zombies. Nakakatawa yun. Pakiusap pakiusap pakiusap dalhin nyo ako sa laboratoryo at gumawa ng kung ano! Pakiusap. Gusto ko maghalo ng kung ano ano at tingnan kung ano ang kakalabasan. Ganyan lang naman ang mga ginagawa nyo rin! Bakit kelangan ko mag aral para gumawa ng impyerno sa mundo, magpakawala kayo ng kung ano at kaya ko yan ayusin, at kaya ko rin lusutan? at babayaran ako ng mas malaki pa sa bilyon!

Sabagay, sinasabi ko lang mga kabaliwan ko! malaking kabaliwan!!! Pero baliw ba ako? Hindi, ikaw ang baliw!!!!

Sya nga pala, wala ito sa paksa pero nasabi ko ba na ang utak ko ay mananakbo sa olympic!

Mahal ko ang buo kung pamilya kahit gusto nila o hindi! Mga anak ko, ang asawa ko na si Alexando, mga kapatid, pamangkin, pinsan, apo, inaanak, anak sa labas, magulang, kaibigan at ang maingay na bahay. Kahit ang Art therapist, Psychologist, at housing specialist. Sila ay tinuturing ko ring pamilya. Masama ba yun? Kung sa tingin ko ay pamilya ko sila e di pamilya ko sila. Sa utak ko ganun sila!

Ito lang, may mga bagay na tinuturing mong pamilya. Ako hindi!! Iniisip mo na dapat kadugo! Para sabihin ko! Hindi! Ang pamilya ay sa kung paano mo ito buuin! OO, lahat sila ay baliw at special. Pero dito ako nababagay, kasi wala sa amin ang perpekto. Pero meron kaming puwang para magsaya at maglaro kasama ang pamilya.

Ano ang pamilya kung walang pag ibig ng Diyos? Ang Diyos ang una sa pamilya ko. Katulad ng laging sinasabi ng La'Selma ko "Ang pamilyang sama samang nagdarasal ay magsasamang matagal" Sasabihin ko ulit pag tinawag kitang pamilya, bukal yun sa luob ko! Umulan man yan o bumagyo. Ang ina ko ay namatay nung labing anim na taon na ang nakaraan nuong ikalawa ng Pebrero. Nag iwan sya ng napakalaking marka sa buhay ko. Ang buhay a hindi rin naging madali para sa kanya! Iniwan nya ang buhay na to na malungkot, pero nakuha nya na ang kapayapan mula sa aming pamilya. Nakakatawa. Sa kanyang huling hininga ang naruon lang ay ang kanyang matalik na kaibigan na si Debbie. Lahat kami na anak nya ay pumunta sa Hospital para makita siya at sa parking lot pa nagtagpo tagpo, Naaalala ko nung tumawag si Debbie at sinabing na wala na ang ina ko. Sobra akong nasaktan. Kabibili ko lang ng singsing na meron bato ng kanyang kapanganakan, mga bagong pantulog, Malambot na pangligo, malambot na pang paa, lavender at, malaking Teddy bear. Iniisip ko nuon ay baka gustuhin nya mabuhay ng mas matagal kasi ginawa namin lahat para sa kanya.

Hindi ako masamang anak. Pero may mga oras din na di kami nakikinig at matigas ang ulo. Lahat kami ay parte ng kanyang paghihirap. Sa tingin ko isa sa natutunan ko sa kanya bilang isang ina ay ang sakripisyo nya para saming lahat, pero bulag kami para makita yun.

Hinayaan namin na ang sakit at lungkot na pinagdaan namin ang maghiwalay samin. Lahat ng sakit na pinagdaanan namin para makarating kami ngayon! Lahat ng yun ginawa ko para sa sarili ko. Dapat ako ang mamatay! Sa totoo lang dapat wala ako rito. Minsan na ako nalunod at sinugod sa Hospital at nag agaw buhay nung ako ay bata pa. Nakita ko ang buhay na pinagdaanan ko habang nag aagaw buhay.

Sabi nila pag nag aagaw buhay ka na makikita mo na kumokunekta ka sa mga patay! at totoo na naranasan ko. Napakaraming beses. Nakakakita ako ng spiritu. At tinatawag ko sila sa kanilang pangalan. Nararamdam ko ang galit nila, ang lungkot ang kasiyahan. Wala ako pakialam kung may maniwala o wala!

Pangatlong Kabanata

Ang una kong karanasan ay nung maliit na bata pa ako. Meron kami kaibigan na mahilig sa pangungulam. Madalas namin hiwain ang aming sarili at sabihin na kami ay Blood sister, pagdampiin ang mga dumudugong daliri at sipsipin ito pakatapos. Siguro masasabi mo na gusto ko ang dugo kahit nuon pa. Bampira baka sabihin mo. Nakakatawa, pero madalas din kami maglaro ng itim na kandila at maglaro ng magaan na parang balahibo at matibay na parang kahoy, Bloody Mary Im illed Your Baby, and Don't go in the Red Door.

Totoo yun, Lima kami. Isa sa gitna at tig dala sa magkabilang tabi at paulit ulit sasabihin ang salitang, Magaan na parang balahibo at matibay na parang kahoy. Pangako sa Panginuon ang katawan nya ay aangat sa lupa ng ilang pulgada. Parang isang talampakan ang taas sa lupa. Hindi namin alam kung ano ang nabuksan namin. Kung ano ang pinapasok namin o ano ginawa namin.

At pagkatapus, bigla nagsimulang magpatay sindi ang ilaw. Pagkatapus naglaro naman kami ng Huwag pumasok sa pulang pinto. Ang kaibigan ko sa gitna ay nagsimulang lumutang. At hulaan nyo kung ano ang kanyang ginawa? Ang walang hiyang ito ay di na gumising! Maliwanag na ang larong Huwag pumasok sa pulang pinto ay demonyo at kamatayan. Para sa akin ang kahulugan nito ay kamatayan.

Hindi masama ang kamatayan.Mabutl nga Ito sa totoo lang. Sino may sabi na dapat masama ang kamatayan? Ibig sabihin nito ay di ka na makakaramdam ng sakit! Walang nakakaalam kung ano pinagdaraan ng tao, dahil lang sa nakikita mo sya palagi sa Facebook na nakangiti ibig sabihin ay masaya at totoo sa kanyang sarili!

Maging masaya para sa iyong sarili at ang lahat ay susunod at malalaman mo ang tunay na pag ibig. Ito ako ngayon at nangangaral na. Lagi sakin sinasaabi sa akin ng anak ko na si Dynasty na mas mabuti na mamalo na lamang ako kaysa magsabi mangaral. HAHAHA. OO kasi mananatili akong mangagaral at magtuturo. Gusto ko lang na makakuha sila ng aral mula sa akin. Ang karunungana ang sagot at susi sa lahat. At marami ako nun. Nauupo lang ako, nagmamasid, nakikinig at natututu. Pagkatapus gagamitin ko ito kapag kinakailangan!!

Tignan mo ang mga tao ay inaakalang bobo ako. Pero magtiwala at maniwala ka sa Panginoon binuksan nya ang pangatlong mata ko kasi may dahilan. Binigyan nya ako ng kakaibang regalo.

Mula sa edad na 11-15, lagi ako nananaginip na ang aking lolo ay nasusunog. Natatandaan ko na nagigising ako gabi gabi na sumisigaw sa aking ina at ama "nasusunog si lolo" lagi nila sinasabi na katatapus lang nila kausapin siya sa telepono at maayos sya. Binabangungot lang ako. Hmmm Sana lang pinanilwalaan nila ako noon, kasi nung 15 ako namatay si lolo,sa sunog, sa kanyang bahay. Nakatulog sya na may sigarilyo. Nasunog sya ng buhay. Nararamdaman ko ang sakit at pinagdaanan nya.

Hangang ngayon nararamdaman ko ito. Naririnig ko ang mga sigaw nya ang pagsamo, ang pag gapang para makatakas sa mainit na empyerno. Walang takas! Nasusunog ng buhay! Ang tunog ng nalulusaw na balat na naaalis sa kanyang mga buto at ang mga buto na naging abo Naiwan ang kanyang katawan na sunog na sunog katulad nina Meshach, Shandrach, at Abednego.

Sa tingin ko nahuli nila ito ago pa mangyari ang kawalanghiyaan na ito, pero namatay ito.

Naniniwala ako sa amoy ng nasusunog na katawan. Alam ko parang tunog madilim, pero ang demonyo kelangan mo talaga lutuin ang lolo ko ng ganyan??? Iniisip ko hangang ngayon kung saan napunta ang lolo ko? Sa langit o sa empyerno, O sa kalawakan lang?

Sa akin, ang lolo ko ang nakakabighani. Naaalala ko sya at ang lola ko ay madalas magpadala samin ng bagong pitas na Oranges, Grapes at Pecans. Yung lolo ko madalas ako kausapin na parang totoong tao, ang lola ko naman laging maingay. Di nya ako nakikita o naririnig bilang bata. Natatawa ako.

Lagi nya kami binibilhan ng damit para sa Linggo ng pagkabuhay na may kasamang Guwantes at Purse para terno. Natatandaan ko andun kami sa bahay nila ng bigla na lang nagiba ang templa nya at napagbuntunan kami. Di ko alam kung ano nangyari sa kanya nung araw na yun? Lahat nung araw na yun ay Ughhhh.

Wala na kami naging namaus na relasyon magmula nuon. Ewan ko kung kami yung nagmamatigas o siya na masama ang asal dahilan para mawalan kami ng kumunikasyon?

Ang araw ay mabagal ngayin. Sa tingin ko pinapatigil ng Diyos ang oras, kasi ang aking asawa na si Alexandro ay nasa bahay na. parang ang pakiramdam ko ay di ko sya nakita ng matagal. Hindi ko lang sya nakita ng sampong araw. Alam ng Diyos kung gaano ko sya kamahal at kailangan ko sya sa buhay ko! Kung hindi sa kanya hindi na ako buhay ngayon!

Grabe, nakaupo lang ako dito at nakatingin sa kanya. Pinamumula niya ang pisngi ko sa kilig. Parang tinitiitgan nya ako hangang kaluluwa. Parang gusto ko na lang makipag talik sa kanya ngayon! Gusto ko kapag nasa gitna siya ng aking dalawang binti kapag ginagawa namin ang lahat ng posisyon sa loob ko. Ayaw ko magsinungaling gustong gusto ko ang nilalabas nya.

Pinagiisipan ko kung lalabas ako ngayong gabi. Gusto ko supurtahan ang aking kapatid na lalaki, pero may mga tumatakbo sa isip ko na alam ko may mga walang hiya dun! at pinagdadasal ko na wala sana! Marami dun tao na ayaw sa akin, parang gusto ko na lang dito sa bahay araw araw at lumayo sa mga tao! Mga tao ang kinaiinisan ko talaga!!! Mababagal ang mga tao na parang haayop!!!

Nakaupo ako dito iniisip ang buhay. Bakit Ang kakapal ng mga tao? Hindi sa maling paraang, pero sa mabuti. Ano ang nagpapatibok sa puso ng bawat tao? Ang Diyos panigurado,pero sino nilagay nya sa buhay natin para manatili tayong buhay? Para maramdaman natin ang pagmamahal, para maramdaman natin na tangap tayo? Ang aking Pamilya! Sila ang aking biyaya. Ang Diyos ang naghubog samin bilang pamilya!!!

Manatili kang buhay? Para makaramdam ng pagmamahal? Ang pamiliya ko. Sila ang biyaya ko.

Nung araw na nalaman ko na ang ilan sa mga anak ko ay gumagawa ng musika ay walang kapantay ang aking naramdaman. Hindi ko makakalimutan ang araw na yun. Parang may spirito na pumasok sa akin, sa mabuting paraan. Gumawa kami ng studyo. Ang lahat ay andun.

Ito ang gusto ko. Yung mailayo ang mga batang ito sa kalye. Ang kalyeng ito ay nilalamon sila ng buo ng di nila napapansin. OO, nagtrabaho ako sa mga api, sa mga walang bahay, ga walang magulang, mga gusto magpakamatay, mga taong nasa ilalaim na akala ang sosiodad at simbahan ay hindi kaya silang tulungan.

Pero sabihin ko, kaya nila! Kung ang mga tao ay isasantabi ang kanilang pagmamalaki, hindi nanghuhusga, at maturuan ng pagmamahal ng Diyos makikita nila ang malaking pagkakaiba. Karamihan sa atin ay walang pakialam sa totoo lang. Ngayon ang ang tawag samin ay maingay na tahanan!

Pang-Apat na Kabanata

Nagsimula ang araw na ito ng maganda. Pumunta ako ng simbahan kasana ang kapatid ko na si La'Selma. Maganda ang asal ko buong araw. Pumunta rin ako sa konseyerto ng kapatid kong lalaki na si Badlifes Ace's kagabi. Napagaling nya! Parang gusto ko na lang sumigaw ngayon!

Magandang lumipas ang araw. Dumating ako sa bahay galing simbahan at pumunta sa labas para mamili. Pagkauwi ko nagdownload ako ng application na prank call. Iniregister ko dito ang asawa ko na si Alexandro. Sabi nung lalaki na nagpaprank ang nobya mo ay niluluko ka, ang sagot niya ay sino sa kanila,

Para akong sumabog! Para akong sinaktan hangang sa buto. Kasabay nuon ay kailangan ko tumakbo sa banyo para dumumi. Dalawang oras ko na to pinipigilan. Pag karating ko ng banyo, bumulwak na lang ito sakin.

Ang huli ay ang mga anak ko na labing-apat at labing-dalawa na taong gulang pinatay ang luob at labas na camera at nagdala ng marami bata sa luob ng bahay. Habang nasa banyo ako ay tumakas sila. Nahuli sila ng babae kong anak sa bahay.

Hindi ko alam kung saan na sila pumunta. Yung labing dalawa taong gulang ay bumalik. Oo, pinalo ko siya sa puwet,kasi alam ko na alam nya na ang kanyang ginagawa. Hindi ko sya binugbog pero pinalo ko sya, kasi Walanagya! Paano mo inaasahan na hawakan ko ang sitwasyon? Lahat ko ginawa para sa mga batang ito at hindi sila nakikinig!

Lahat ng parusa na kaya nyo isipin ay naibigay ko na sa kanila. Lahat ng gantimpala ay naibigay ko na rin pero sinayang lang nila . Hindi ko na alam ang gagaiwn ko. Halos buong buhay ng mga anak ko ay walang tumatayong ama, nung nagsimula na sila tumanda akala nila alam na nila ang lahat at nagsisimula na sila sumagot na para bang baliw ka!

Tinatanong nila pano akong naging kasal na pero para akong solong ina at asawa rin? Madali lang kasi wala ako pakialam! Pinagdasal ko na sana ay umangat sila. Maraming dekada aa sa wakas ay dininig ng Diyos ang aking panalangin. Sa wakas ay unti unti na silang nagbabago. Dapat lang! Kasi yung mga anak ko ay magtatagumpay sa magulong mundong ito! Hindi ko na sila papaluin hangang sa maging mayaman sila. Lumayo kayo. Kung wala kayo nung panahon na kailangan kayo ng mga anak ko lumayo kayo. Tapos!

Walang nakakaalam kung ano ang pinagdaanan ko para sa mga anak ko! Alam ko hindi ako perpekto na ina o pinakamagaling, pero alam ko na mahal na mahal ko ang mga anak ko at gusto ko na sana ay mas magiling sila sa akin. Gusto ko sila makita maging matagumpay at umangat. Gusto ko na sundan nila ang yapak ng ama ko at alam ko gagabayan sila nito kung saan man nila gusto mapunta.

Alam mo marami sinasabi at ginagawang kwento tungkol sa akin ang mga tao. Ginagawa nila lahat para pabagsakin ako. Yung kapatid ko na si El diablo mahilig na guluhin ako. Sa lahat ng paraan na alam nya. OO alam ko sasabihin nyo dahil baliw ako pero mas baliw kayo! Nandyan kayo na akala mo hindi namamaho mga dumi nyo! Minsan itong makukulit na bata na ito ay kailangan paluin sa puwet! Sira na ang henerasyon natin! lalo na ang kabataan.

Gusto nila kunin ang mga anak ko sa akin simula nung pinagbubuntis ko pa lng sila. Hindi ko alam na buntis pala ako hangang limang buwan. Natatandann ko na pumunta ako sa ER. Tiningnan nila ako at sinabi na buntis ako. Masakit ang puson ko nun. Dinaratnan pa ako ng dalaw. Pag baliw ko sa bahay dura, sampal sa mukha, suntok sa sikmura ng baseball bat at pinalayas.

Wala ako mapuntahan, nawawala, nalilito, nasasaktan at magisa. Andito sa walang awang mundo na ito. Nasasaktan na ako buong buhay ko simula nung 3 taong gulang lang ako. Lagi nila sinasabi na kakaiba ako. Lagi ko ginagawa ang mga damit kung badoy at magsusuot ng limang pares ng sabay sabay. Mahilig ako sa fashion. Gusto ko yung makulay, makintab at may mga talas na damit. Yung mga mapanganib. Gusto ko ang nakakatakot na pelikula. Mas maraming dugo mas maganda! lalo na yung mapapatalon ako at maiihi ako ng kaunti. HAHAHA! OO, alam ko baliw ako.

Hindi ko alam ko kung ano iniisip nyo habang nakahiga ako sa lamesa na habang hubad. Wala ako pakialam sa sasabihin o iisipin nyo. Ang alam ko lang mga tagahalik ko lang kayo ng puwet! at para sabihin ko sainyo maganda ang puwet ko gaya ng laging sinasabi ng asawa ko na si Alexandro.

Hindi ko maalis sa isip ko! Kahit gaano ko subukan. Alam ng Diyos na alam nya ginagawa nya nung ginawa nya yun! kasi Ohhh weee. Uh Uh! kasi ganun ako buong araw. Lalaking bersyon lang! Walang makakapigil samin! Chrisean kapatid ipagpatuloy mo lang ang ginagawa mo naintindihan ko. Ito ang kagamitan para sayo kapatid. Magningning ka at hayaan mo ang mga mapanghusga. Ito ang gusto kung sitwasyon. Sobrang gusto ko!

Pasensya na Medyo nawala ako ng panandalian. Yung kaluluwa ko humiwalay sa katawan ko at nakikipagtalik sa asawa kong si Alexandro. Parang totoo ang pakiramdam. Handa ako sa gyera! HAHAHA. Hindi nya kaya talunin ang master. Kontrol ito ng Diyos. Ngayon paano yan! HAHAHA. Makakatakbo ka pero di ka makakapagtago, hahanapin ka namin boo!

Yung ama ko ang napakagaling! Lagi ami magkasama na hinaharap ang lahat. Lagi kami nananalo. Walang duda! Iniisip ko kung gaano ako nagpapasalamat sa panginoon. Binigyan nya ako ng pamilya at nilagay nya ako para maging pinuno nila. Ako ang tagapag alaga ng mga kapatid ko. Para tingalain at dalhin ang mga tapo ko palayo sa kahirapan. Putulin at wasakin ang sumpa ng henerasyon. Kaya lagi ako inaatak.

Ngayon ay napakatagal na oras, alas dos pa lang ng hapon.

Ang mama ko ay ngumiti sakin habang nakatingin ako sa kanya ang ganda ng ngiti nya. Pero yung ngiti, tawa at kindat na binibigay nya, kasi alam nya may kalukuhan sya na ginawa. Walang katulad. Yun ang nakakapagpatunaw ng puso ko dahil kay mama.

Yung paghihiganti nya ay walang katulad. Dumurumi sya kahit saan. At tatawa ng AHAHAHA kailangna mo yan linisin! HAHAHA maling anak mama! HAHAHA Walang hiya mahal ko ang nanay ko. Totoo sya. Nagpapasalamat ako sa panginoon para sa mama ko. Kaya ko mamatay para sa kanya!

Hindi ko hahayaan na may mang aapi sa kanya. tapos! Ina ko yan. Hindi sya ang nanganak sa akin pero sya ang biyaya sa akin!

Yung totoo kung nanay ay namatay dahil sa kanser sa baga. Napakabilis lang. Binigyan ako ng Diyos ng pangalawang ina. Binigyan nya ako ng pagkakataun na maging isang mabuting anak. Takot

Maling ebidensya ang nalabas. Una ko yan narinig sa kapatid kong si Tione. Walang hiya. Huwag mo hahayaan ang takot mawala ang kapalaran mo. Yung kapalagan mo ang layunin mo!!! Pumunta ka sa lugar kung saan ka gusto dalhin ng Diyos at di ka mapapahamak. Ang takot at pangamba ay para sa mga mahihina. Kung ginawa nya tayo na kaulad nya bakit hindi tayo tawagin na diyos at diyosa.

Tayo ay kuha sa kanya. Tayo ay walang hanggan. Nagtratrabaho tayo para sa kanya. Ang ama, ang anak at spirito santo. Ang ama ang Diyos, Ang Anak Ang hesus and Spirito santo ang ating spirito. Isipin nyo yun.

Ginawa nya tayo para umangat, para magparami at maging mabuting tao. Gawin natin kung para saan tayo nararapat. Nakuha ko na ang layunin ko. Sa lahat ng pinagdaanan ko na paghihirap para makarating sa kung saan ako naruruon, masasabi nyo na ginawa ko ang trabaho ko ng maayos. Tinanong ko ang Diyos dalawang taon ang nakakaraan na dalhin ako sa kung saan nya ako gusto mapunta at wala na akong kasing saya simula nuon.

Wala sinabi ang Diyos na magiging madali. Marami ang pagsubok sa gyerang ito, pero lagi syang andiyan sa lahat ng pagsubok. Ako ang pagsubok.Kapag ako ay galit nagiging demonyo ako. Kahit ang demonyo ay may mas paniniwala sa Diyos kaysa sa mga tao!!! nakakatawa diba?

Bakit kayong mga tao natatakot kayo na sundan ang yapak nya? kasi natatakot kayo na mawala ang lahat! Walang mawawala dahil wala naman tayo pag aari simula una pa lang!

Yung mga apo ko ay kakaiba. Lola Lola Lola lang ang naririnig ko. Pwede ba na maupo lang kayo dahil nagtratrabaho ako,pero gusto nila ako pasunurin at makukulit . HAHAHA Kapag may sinabi ako sa kanila na gagawin nila,sasabihin nila hindi,papadyak ng paa, magkrorus ng braso at magdadabog. Pero kapag may gusto sila Lola, Lola, Lola mahal ka namin. HAHAHA. Napakamapang gamit, pero mga nakakagigil at insotente mahal ko lahat ng apo ko! Gusto ko ng isa pang anak. Oo,40 na ako at matanda, pero gusto ko pa rin ng kambal. Nakunan ako ng dalawang beses sa isang araw. Hindi ko maintindihan kung bakit nakunan ako nung panahon na yun, pero ngayon alam ko na ayun. Wala pa siguro ako sa listahan ng Diyos. Sabi ng ama ko na ang demonyo ay nagbibigay din ng regalo katulad ng diyos. Mas naintindihan ko yun. Hindi pa oras para sa mga maliit na gantimpala para sa akin.

Gali na galit ako sa Diyos at mga tao simula ng mawala nag mga anak ko. Nagtatanong ako bakit? Bakit sa lahat ng tao ay ako ang dapat makaranas nito? Lahat ng tao nabibigyan ng anak kung sino pa yung nagdrodroga, umiinom, nangbubugbog ng mga anak, pumapatay ng mga bata at ako andito na gumagawa ng tama na naayus sa lahat ng gusto ng Diyos pero namatay pa rin ang mga anak ko. Hindi lang isa kundi dalawa. Parang napakawalanghiya! Nakakagalit, pero lahat ng nangyayari ay may dahilan.

Pang-Limang Kabanata

Ayaw ko sa puso ko. Lagi ako pinapahamak sa huli! bakit lagi ako gumagawa ng tama at lagi namang mali ang balik sakin? bakit? Lagi ko tinatanong ang Diyos. Kailan may magmamahal sakin ng totoo at tatangapin ako ng buo? Ganun na ba ako kasamang tao? Wala akong ginagawang masama sa ibang tao. Ayuko sa walang kwentang lugar na to. Ayuko sa mga tao dito. Gusto ko mamatay sila lahat! mauna yung masasama! Ayuko din sa saili ko.

Bakit lagi ko kailangan pagdaanan ang lahat ng ito? Kapag pinatay ko ang isip at puso ko, susunod ang katawan ko. Oras na para gumising sa pagkakatulog sa mundong ito! Sabi nila nasa isip ko lamang ito. Lahat ng nangyayari ay nasa isip ko lang. Ang buong buhay ko ay kasinungalingan. Ngumingiti ako kapag talagang nasasaktan ako. Ang puso ko ay busilak para sa mundong ito.kinamumuhian ko ang sarili ko. Masakit ang ulo ko, hindi ako ako makahinga, namumula ang ang mukha ko, namumula dahil sa pagiyak ng matagal. Kailan matatapus ang sakit?

Nagsimula na ang paghihirap. Bakit iniisip ng mga tao na maiisahan ka nila? Mga baliw ang mga walanghiya! ang katotohanan ang magpapalaya sayo. Ano man ang nakatago sa kadiliman ay mabubunyag sa liwanag. Hindi mo maitatago ang mundo sa mga mata ko. Pumili tayo ng sarili natin demonyo. Ako nag pinili ko ay ang kademonyuhan ng pagmamahal. Gusto ko yung tunay na magmamahal sa akin at gusto gagawa ng tama kasama ko.

Ang daming binigay na pagsubok sa akin ng Maykapal. Nagkunyari din akong taga sunod ng demonyo. Ang pagmamahal ay napakahirap! Ang pagiging tapat ay mahirap na din sa panahon ngayon. Walang sinoman ang nabuo, o ginawa na katulad mo. Lagi mo tatandaan yan!

Akala nila mahina ako, dahil lang sa mabait ako. Huwag nila ako pinaglululuko! Ang mabait na kapag napuno ng maraming beses. Yung pagtitimpi sa loob ko ay tatlong beses lang. Isa sa Ama, sa anak at sa spirito Santo.
Magtimpi...
Ang nakikita ko lang ay itim at pula. Ang lahat ng nasa luob ko ay bagyo. Bagyo ng pagtitimpi. Hindi na yun maibabalik. Ang pagmamahal sa akin ay umaapaw.

Nasabi ko na ang aking pamamaalam. Oras na para umalis ako. Sana masaya na kayong lahat! Gusto ko barili ko ang sarili ko sa puso, kasi yung puso ko ang pumapatay sa akin. Sobra ako magmahal. Hindi ko pa ito naramdaman para kanino man sa mundo.

Kaya alam ko na tunay ang pagmamahal ko at siguro kunting kumplikado, pero ano ang mabuti kung walang kunting kasamaan? Uulitin ko hindi nyo na mababagi ang kaaway ng Diyos. Maabago mo lang sarili mo para mas maging mabuti, malakas at matalinong ikaw! Umangat ka kasama ang Diyos! Walanghiya ano pa ginagawa mo? Yung totoo?

Umangat ka kasama ng luho imbes na ang Diyos sabi nya unahin siya. Kahit yung mga hindi taga sunod naniniwala sila kahit kaunti, tama? May mahal ka ba? ako marami akong mahal na tao at bagay at iba pa.

Pinanganak ako sa pagmamahal. Ang nanay at tatay ko ay nagmamahalan nung pinanganak ako. Nasa rurok sila ng pagmamahalan.

Ang pangalan ko ay Michailah A'reeba Belle! Ang pangalan ko ay kahulugan na mahal ko ang Diyos!

Kapag nagdasal ako, pinagdadasal ko sa Diyos na sana ay pagbigyan nya ako mamahalin ang asawa ko na si Alexandro at ang buo kong pamilya gaya ng pagmamahal nya sa amin. Ang pagmamahal nya ay walang katulad. Ito ay mainit at malinaw. Bibigyan ka nito ng tunay na kaligayahan. Dapat matagal ng tapus ang libro na ito. Nawala na ako dahil sa pagmamahal. Masasabi ko na ayaw ko sayo, pero hindi! Wala masamang tao para sa akin. Alam ng lahat yan. Nakagawa ako ng kasalanan ng sinabi ko ki Alexandro na ayaw ko na sa kanya. Kasi ang akala ko ay nagtaksil sya. Pero hindi. Binigyan ako ng Diyos ng patunay pagkatpus ng takot na binigay ng demonyo.

Bakit pinabayaan ko sya makaposk? Pinagisip nya ako ng mga walang kwentang bagay.

Ang paraiso ang pumasok! Yun ang masamang ugali ko. Yun ang alter ego ko. Napakasama nya! Matigas ang ulo, Walang pakialam! lalo na kapag nasasaktan ang kanyang puso! At kapag ginagago sya nagpakita sya ng takot. Hinayaan nyang makapok ito, malalim, napakalalim. Nawala sya sa kanyang sarili. kamatayan na lang ang iniisip nya. Sa iyo o sa kanya.Romeo at Juliet. Bonnie at Clyde. Kinuha ng demonyo ang ang kaluluwa nya.

Sya ang gumagawa nito. Pinabayaan nya na makalipad ang pagmamahal sa pintong yun! ilang beses syang nawasak! Matagal na sya nasasaktan. kapag may tunay na pagmamahal sinusubukan nya makalayo! tumatakbo sya na para si Jonah nung tumakas sa Ninevah. Nilunok sya nito na parang isang pating. Nilamon sya ng kanyang sariling mga ginawa. Yung utak nya. Maraming taon ng pagkawasak ang dahilan kung bakit sya naging hayop. Isang aswang. Isang masama! ang demonyo sa kanyang sarili! Paraiso ng kasamaan. Tapos, Isang babeng lion okayyyy! Kalabanin mo sya at kakalabanin mo ang maling tao! Sa Diyos ako nagtratrabaho at sa kanya lang! Maari ka makatakbo pero hindi ka makapagtatago.

Gaya ng sabi ko, 3, 2 ang garahe. Walang ibang daan dito! Papatayin ko tayong lahat!!! Baralin mo sya, ikaw at ako! Walanghiya! Anong akala mo takot ako mamatay? maraming beses na ako ginago, sobrang tagal na para magkaroon pa ako ng pakialam! Para sa akin ang mamatay ay isang biyaya. Hindi yung pisikal na namatay, pero yung mamatay ang kaluluwa. Yung isisilang ka ulit na mas mabuti. Yung pagkamatay ng lumang ikaw. Yung dating ikaw na sinumpa.

Ang lahat ng henerasyon na ito. Winawasak ko. Salamat sa hari ko. Ang asawa ko na si Alexandro. Alam ng Diyos ang ginagawa nya. Ginawa ako at ang asawa ko para sa isat isa.

Halos magkatulad, pero magkaiba. Parang ang Diyos at ang Demonyo. Gusto ko ang Diyos, tanda nya ang pangalan ko.

Oras na para umangat ang lahat! Ang taon na to magniningning ang lahat! Sinasabi ko na ang maingay na bahay ay aangat ang bubuwag sa lubid at sumpa. Pinagpapala kami.

Na kung saan saan ang utak ko. Ngayon nagugulat ako na nakapagsusulat ako ng mga ito kasing bili ng roller coaster. Minsan kelangan ko utuin ang mga anak ko para gawin ang mga gawaing bahay. Mga baliw ang bata! Walangya, baliw ako, di nakakapagtataka na wala na ring natirang utak sa kanila HAHAHA. Pinapalo ko ang mga anak ko. Pero hindi ko sila binubugbog. Ang Diyos ang gumagawa nyan! Sa buhay. Parang binugbog na rin kami.

Kailangan namin matuto sumunod dahil sa pagdurusa. Para nya akong binugbog at di ako magsisinungaling. Tapus na ako gagohin ng malala, at sinuko ang pananampalataya ko. Wala na ako paniniwala at pag asa sa kahit kanino. Nawala ang pag asa ko sa pakikipagkapwa tao. Sinukuan ko na ang buhay. Ang pagmamahal ang gagawa nito sayo! habang masakit ang magmahal kailangan mo to tangapin at maging matatag.

Gusto mo ng tunay na pagmamahal kailangan mo pagdaan lahat ng pagsubok ng buhay kasama ang mga mahal mo sa buhay at patawarin lahat ng nagkasala sayo. Doon ka makakakuha ng tunay na kapayapaan. Ang tunay na pagmamahal ay masakit. Hindi ito dapat madali. Kung madali ito hindi ito galing sa Maykapal! Trinatrabaho ang buhay. Lagi ko sinasabi yan. Alam ko nakikita mo na pauli ulit ako. Bakit? Kasi gusto ko na patunayan ang mga bagay na ito. At yung utak ko kasi paulit ulit din minsan. Walanghiya di ako perpekto. Ang dami gumugulo sa isip ko katulad ng bakit di nyo supurtahan itong mga artista sa musikal at may mga talentong bituwin, dahil sa hindi sila nagpapakita ng puwet at harap kaya wala kayo pakialam sa kanila??? Hayop kayo!!! Kasi darating ang araw, sisikat sila kahit wala kayo! Ang meron sila ay ang Diyos! paano yan!

C Mills 414, NYSE, Badlife Ace kakayanin nya to! Maraming biyaya sana para sayo! Sa buong taon na ito. Ituon mo ang pansin sa panginoo! Kasi kapag sinabi nya na tara na, Tara na!!! tapos! Pinagmamalaki kita! Mga kapatid kong totoo.

Sobrang mahal ko ang pamilya ko na mga mabuti, ang masama at ang mga pangit. Kahit pa ayaw nila sa akin, ayawan nila ako o ayaw lang nila sakin dahil sa walang dahilan. Mahal ko pa rin sila. Walang masama sa akin. Totoo lang ako!!! Kaya naman lagi na lang hindi nila ako maintindihan. Sinasabi ko kasi ang totoo. Minsan kailangan ko maging malupit kasi ang walanghiya hindi maintindihan ang mensahe. Isa akong walanghiya katulad ng sabi ng kapatid ko na si La'Selma. Papaikutin ko kayong lahat. Lalagyan ko kayo kung saan ko gusto. Ilalagay sa tamang direction. Itatanim ko kayo na parang uto at papanuurin lumago! Nakikipaglaro ako ng chess sa mga tao. Isiniwalat ko na. hindi ako tao. Isa akong Diyos ako. Sinusunod ko ang Diyos at nagtratrabaho ako para sa kanya.

Ako ang iyong dereksyon. Isa kang bulag na tupa. Kailanga kita dalhin sa iyong distinasyon. Sinasabi lagi ni Alexandor ang aking asawa na hindi ako Diyos. Hindi duhhhh hindi ko sinabi yan. Ang sabi ko nagtratrabaho ako para sa kanya! tama? HAHAHA. OO ganito umikot ang utak ko! Sino ka para husgahan ako sa paniniwala ko???

Pupunta ako kung saan lamang gusto ng Diyos at sasalitain lamang ang kayang mga salita. Minsan pinagbibiyan ng Diyos ang demonyo na sakupin tayo. Para makita kung gaano tayo kahina. Yun lang mga matatag ang nagwawagi! Kahit pa pakiramdam ko ay mamamatay na ako hindi ako nasuko! Maraming tao na umaasa sa akin. Karunungan. Marami akong rason para mabuhay! kahit pa gusto ng demonyo na sumama ako sa kanya, PASENSYA, Hindi maari kapatid!!! Mas kelangan ako ng ating ama. Alam mo kung bakit gusto ako ng kapatid ko na si El Diablo kasi ako pinakamagaling na mandirigma ng Panginoon. Ako ang pinakamagaling na guro.

Kailangan mo makita. Ipapakita ko sayo ang sinasabi ko. Ang katotohanan ay laging mangingibabaw at ang pagmamahal hindi tayo susukuan!!!

Lahat tayo ay may demonyo. Walangya sinasamba natin ang sarili nating demonyo. Ilang beses natin sinasampal ang Diyos sa mukha at hindi magbabago at maging mas maayos na birsyon ng ating sarili? Mga makasarili. Bakit tayo nagdadasal sa impyerno kung pwede naman tayo magdasal sa langit? Bakit dugo lang kung makukuha mo ang buong kataohan?

Nasa atin ang dugo ng Diyos kapag umiinom tayo ng alak o ubas na inumin sa simbahan. Ang lahat ay nasalala lamang ang alak kapag lasing na, pero huwag sana kalimutan ang kataohan. Ang tinapay. Kung wala ang katawan ng Diyos walang dugo. Ginawa sila ng maykapal na hindi kompleto para makompleto.

Nakakaligtaan ko ang totong Diyos. Si Alexandro ang nagpakilala sa akin sa kanya. Noong panahon na nawawala ako, natagpuan nya ako. Natagpuan ko rin ang Diyos, ang aking sarili, at ang tunay na pagmamahal at kapayapaan. Wala ako nito noon pa. Kaya noong natagpuan ko ito. Hindi ko alam kung paano gagawin o paano tatangapin ito.

Lumaki ako na nakakakita ng napakaraming gulo. Ang dami ko pinagdaanan na gulo. Namulestya ako, napagsamantalahan, inabuso, namanipula, at sinaktan ang buong pagkatao. Ang totoong halimaw ay ang mga tao!!! Ang daming pumapasok sa isip ko yun ang mga bayani! kapag inatake ako ng mga tao yung mga predator ay darating para ipagtangol ako at kainin sila ng buo!

Papatayin sila sa pinakamalala mga mandaragit, Alien, Michael, Jason, Freddy, Zombies, mga lobo, bampira at mananangal. Sila ang mga parte ng pamilya ko! Itong mga taong ito ang hindi!!!

Nakakabaliw kung paano ang mga tao mabuhay ng wala respeto sa iba! Ang mga hayop at halimaw ay ang mga tao!

Pang-Anim na Kabanata

Ano ang kahulugan ng buhay? Lagi akong nabubuhay sa mundo ng panaginip. Iniisip ang hinahanap ang aking tagapagligtas.

Hinahanap ang aking Hari pero andiyan na sya sa lahat ng oras na ito! Sabi nila mabuhay tayo hangang rurok,pero ginawa ba natin? Nabuhay ba talaga tayo? Binuksan ba natin ang ating mga puso para makita at marinig kapag ang isang tao ay nasasaktan? Alam ba natin ang totoong Dioys?
" Totoong pagibig"

Nakaupo ako rito iniisip ko ang mga nangyari kagabi. Walanghiya walang nanyari mabuti! sa totoo lang! Nagsimula ang gabi ng maayos! Ang asawa kong si Alexandro at magkasama kami ng mahigit isang oras. Sana lang wala ako plano. Gusto ko lang kasama sya. Ayuko pumunta kahit saan. Minsan ko lang sya makita. Kaya naman sa tuwing nagkakaroon ng pagkakataon, gusto ko makasama sya bawat segundo ako at ang kapatid ko na si Tina ay lumabas para makita ang kapatid namin na si C Mills.Nagsulat sya ng libro na may pamagat na Chapter 35 at magkakaroon sya ng programa para maglagda ng mga libro at maliit na kunsyerto. Sobrang pinagmamalaki ko sya pagkatapos nun pumunta kami sa Savoys para makita ang nakakabata naming kapatid na si Sean. Kapag sinabi ko na pinuno ako ng kapatid ko na husto. Yung gabi na yun namula ako ng tudo.

Una iniwan nya ako sa bar ng magisa. Isipin mo may isang daan na tao sa loob nun. Parang umaarte na lamang sya. OHHH WEEE. kaya umalis na lamang kami ng bar at umuwi papuntang bahay. Kapag sinabi ko na nagkamali ang walanghiyang ito,maniwala ka.

Nagsimula sya makipagtalo sa nakababata kong kapatid. Sabi ko mali sya. Ang Walanghiya binalingan ako sa sinampal ako sa mukha. Sinasabi ko handa na ako durugin ang mukha nya sa manibela at wasakin ang mukha nya, pero nanguna ang Diyos sakin at tinikom ko na lamang ang kamao ko. Pinalampas ko na lamang yun, kasi alam ko masyado sya mainit. Pero muntik nya na kami ibanga sa puno at sa pagliko. Mula noon ako na ang nagmaneho pauwi. Sabi ko hindi, magtiwala ka, di mo gugustuhin na saktan kita ngayon. kasi pag ginawa ko, baka may sira kang buto at duguan ka sa mukha. Di mo gugutuhin na saktan din kita!!!

Hindi ko pinansin ang tawag at mensahe nya buong gabi at ng sumunod na umaga. Gusto ko maliwanagan ang utak nya bagi ako mapuno sa kanya. Isa sa turo ng Diyos sa akin ay lagi ko sya aalalahanin. At dahil dyan nagawa ko makipagusap sa kanya ng may pagmamahal. Yung pag ibig nya. Katulad ko sya. Parehas kami sobra magisip at gusto ang sariling teritoryo. Wasak din kami pero sinusubukan buuin ang lahat, pero hindi kaya buoin ang mga sarili.

Sabi ng Diyos tulungan ko sya, maging strikto sa kanya at maging tapat gaya ng palagi ko ginagawa, pero lagi sya kausapin ng may pagmamahal. Na ginawa ko naman. Nakikinig ako sa mga hinaing nya. Nilalait sya bilang babae. Dati rin ako ganito pero inilabas ko lang, kasi pag ganun ka na nasasaktan, tamang tao lamang ang makapagpapabalik sayo sa realidad.

Naaalala ko ang aking babae dahil lang sa malaki ang puwet, grabe, gagawin natin lahat kung ano ang makakapasaya sa ibang tao, paano ang ating mga sarili? paano ang ating kasiyahan?

Simula pa lang yung pakikipagkapwa tao ang meron ako. Mula maliit na bata. Mula kapanganakan. Lahat ng abuso na naranasan ko. Sa mga bali sa buto, pagang mata, baling likod, baling daliri sa paa, baling braso, baling binti, putok na ulo, nasuntok ako sa ulo ng maraming beses, vacuum at baril. nasuntok ng mag kumisyon. Nabugbog sa maling pagibig. Basag na ilong, labi, itim na mata, hinihila ang buhok ko, nabugbog habang buntis at nasuntok sa sikmura na naging dahilan ng pagkalaglag. May pisikal at sikolohikal na isyu pa rin ako dahil dito. Nabugbog ako sa lahat ng paraan ng buhay. Mula sa lahat ng klase ng tao.

Kailang matatpus ang karahasan? Iniisip ko na magbabago ang mga tao, hindi. Lagi sinasabi ng kapatid ko na si Mooki an ang Leopard ay di magbabago ng pwesto. Mahina ang mga tao.

Sa buong buhay ko naghahanap ako ng pagmamahal a mga maling lugar. Lahat ng maling lugar. Sa tuwing akala ko natagpuan ko na ito, lagi akong mali. Ang mga tao ay walang kakayahan magmahal ng totoo, ang Diyos lamang!

Paano makikita ang pagmamahal sa akin? Hindi dapat ito nakakasakit, o nakakasakit, o nakakapagpadusa. Ang pagibig ay mabuti at maganda. Ang pagmamahal ay hindi yung mga tao ay binubugbog ka! hindi yung niluluko ka ng mga tao! ang pagmamahal ay hindi yung mga tao ay hihilahin ka pababa o pagpupustahan ka para lang maging masaya sila. Hindi yun pagmamahal! At kung sino man sainyo ang nagsasabi na pagmamahal yun mga baliw kayo.

Ginawa ko ang lahat para maging masaya ang asawa ko, iniisip ko na mamahalin nya rin ako. Mali ang ganitong pagiisip. Maling mali!

Winasak nya ako. Malalim. Matagal. Yung sakit, pagdurusa at takot. Binalikan ko lahat ng pinagdaana ko sa buhay at alam ko nararamdaman ko. Sa palagay ko mas maganda na mamatay na lang ako. Nawalan na ako kontrol sa sarili ko. Kung ano ako. Ang daming taon ng pangaabuso at pangluluko. Sinukuan ko na ang pagmamahal. Ayuko na maniwala na totoo ito. Ang alam ko lang ay ang galit.

Gusto ko makipagpustahan. Ganun din naman ang ginawa nila sa akin. Ginagawa nila kung ano gusto nila. Pero ni minsan hindi nila ako pinakiusapan. Kapag naupo lang ako nagisip, wala doon ang tunay na pagmamahal. Akala ko lamang na tunay na paggmamahal yun. Lahat sila ay nakaklason. Hindi dapat nakakasakit ang pagibig.

Dapat hindi ito gumagawa ng masama para makasakit, o lagyan pa ng asin ang sugat. Hindi yun PAGIBIG!!!

Ang pagibig ay hindi nangluluko, hindi abusado sa iyong kaisipan, pisikal, spritual, sexual at emosyon.

Pinaglaban ko ang buhay ko na hindi kagaya dati. Mula sa magpapakamatay, hangang sa muntik ng mapatay. Yun ang araw na hindi ko makakalimutan. Nagising ako at masayang nakikinig sa "Jugging" ni Mari Boyz habang nagluluto ng almusal.Karne, itlog at gatas. Lasing sya. Ito ang dapat may kontrol sya. Ang galit nya ay mas malala pa sa sunog sa California. Parang putok ng bulkan.

Pinagbibintangan nya ako na natulog kasama ang Mari boyz, dahil sabi ko dati na lumaki ako kasama ang ama nila. Wala ako kakilala kahit isa sa kanila. Bigla na lang sya sumulpot kung saan. Hinampas nya ng dalawang beses ang mukha ko. Yung una sinabi nya na lumaban ako Kaya nung pangalawa na lumaban na ako. Hinampas ko rin sya, sana hindi ako nakinig sa kanya dahil mas lumala lang, hindi ko makakalimutan ang araw na yun! Dalawang baling buto, sinakal nya ako hangang sa mahimatay yung buto sa may mata ko ay nabasag din, Itim ang mata, basag na mata labi at putok na ulo dahil pinalo nya ako ng vacum ng paulit ulit sa ulo sa likod at tagiliran. Binugbog, sinaktan, bakit? Hindi ako maka sigaw para sa tulong. Hindi ako makalad o makagapang para humingi ng tulong. Iniwan nya akong patay. Nakikita ko ang mga anak ko, nakayuko at nakikiusap sa kanya na tumigil na saktan ako, na patayin ako. Nakiusap ako sa Diyos na iligtas ako. Pinakamasakit na naranasan ko. Pinakamalala na bugbog na nakuha ko. Paga ang mata, wala makita, nabulag. Bali mula ulo hangang paa. nabali na din ang spirito nawala ang pananampalataya. Paano hinayaan ng maykapal mangyari ito sa akin? Mula pagkabata, ito na lang ang nararansan at nakikita ko.

Napamahal ako sa demonyong ito. Yun yung araw na sinabi nya sa akin na mahal nya ako.Humngi sya ng tawad at sabi hindi nya na ako sasaktan. Pinatunayan nya yun. Pero muntik na ako mamatay sinaktan nya ako at binugbog nya ako ng malala. Tinapon nya ang salitang pagmamahal ng ganun lang. Ganun ganun lang.

Pang-Pitong Kabanata

Pagibig, ano nga ba ang pagibig?
Ang pagibig mula sa mga tao ay hindi totoo. Wala silang kapabilidad nang totoong pag ibig. Nagmumula lamang yun sa Diyos. O kaya sa alien na katulad ko! Kakaunti lang ang mga tao ang nakakaintindi ng tunay na pagmamahal, o nakakaintindi. Ang iba sasabihin walang tunay na pagibig, o kaya naman komplikado. Di yan totoo. Kung totoo yan di ang pagibig ng Diyos ang pinaka komplikado sa lahat. HAHAHA

Minsan kailangan natin pagdaanan ang mga pagsubok sa buhay para lang mahanap natin ang tunay na pag ibig. Buong buhay ko halos ininda ang pagsubok ng buhay para lang matutunan ang tunay na pag ibig. Lagi ko na lang hinahanap ito sa maling lugar. Napagod na ang Diyos sa paghahanap ko ng apat napong taon at binigyan nya na lang ako ng mga anghel. Ang aking mga tagabantay. Dumating sila sa katauhan ng tao.

Oh, yung mga walanghiya yun. Ang dami ko pinagdaanan sa kanila, sila ang nagbigay linaw na nakamtan ko na ang tunay na pag ibig. nasa tabi ko ang Diyos. Kinamumuhian ko ang puso ko, kasi labis ako magmahal, at nagmahal ng mga maling tao. Pero hindi yun sa pagmamahal ng maling tao, kasi ang Diyos patuloy na minamahal ang mga maling tao. Walang perpekto. Tapos! Lahat tayo imperpekto.

Kung hindi nagmamahal ng kumplikado ang Diyos, siguro lahat na tayo namatay! Minsan sa buhay lagi natin inaalala ang mga maling bagay. Kung hindi kumplikado ang Diyos akit pa tayo naririto? Sasabihin nyo na hindi ako nagiisip,pero hindi. Bukas lang ang mga mata ko. Mahal ng Diyos ang mundo kaya binura nya ang mga tao maliban kay Noah at sa pamilya nya. Bakit nya pa sinalba ang mga ito kung alam nya naman na babalik lang din ang mga tao? Bakit kailangan pa sila buhayin?

Oo, sumunod sya sa Diyos ng mga panahon na yun, pero wala tayo alam tungkol sa pamilya nya at paano sila mamuhay. Lahat ay may sariling Diyos na sinasamba. nakikita nya ang bukas diba? Nakita nya na ang mangyayari bago pa mangyari ang lahat bakit hindi nya na lang binura lahat ng ginawa nya? kasi isa lang yan, andito tayo kasi may rason.Kailangan natin maging masama o mabuti para pagsilbihan sya. Kung wala ang kapatid natin na si Satan na ginawa nya wala din tayong Diyos.

Minsan pinapabayaan nya si Satanas na kawawain tayo sa lahat ng paraan para makita kung gaano tayo katapang.Sinusubukan nya tayo. Tinitingnan nya kung hangang saan natin kaya. Yung mga naniniwala sa kanya ay tinatawag nilang baliw. Lalo na yung mga tao na katulad ko magisip, nagiging totoo lamang ako. Sa lahat ng pinagdaanan ko sa buhay nais ko rin pagdaanan ng mga masamang yan para lang makarating kung nasaan ako ngayon.Sab nyo napakalala at oo totoo yun.Ito yung pinakamalala sa lahat!!!! Pero sa huli kailangan ko to. Doon ako natuto ng totoo. Hindi sa kataauhan ng tao, pero sa katauhan ng Diyos. Ang sabi nyo hindi magagawa ng Diyos ang mga ganung bagay. Pero alam ko ang sinasabi ko. Ang Diyos ay may dalawang katauhan, ang mabuti at ang masama. Kung alam nyo ang ibig kong sabihin?

Tingnan nyo si Moses. Si Pharaoh aya nya paalisin ang mga tao diba? lahat ng kanyang "Mga tao" ay walang pakialam sa Diyos. Sinasamba nila ang ibang Diyos at gumagawa rin ng masam. Hindi sila perpekto pero iniligtas pa rin sila. Bakit? Kasi meron silang mas mahalang misyon. Ano ang kanilang misyon? ang misyon ni Moses ay ang ipakita ki Pharaoh na hindi sya Diyos. Nagpadala ang Diyos ng mga bantay sa buong kalupaan. Ang mga bantay na to ang pumapatay sa mga unang anak ng pamilya.

Hindi ko kakayanin na patayin ang panganay ko. Wala sa mga anak ko. Pero pinatay nila lahat ito. Masama o mabuti. Bakit kailangan patayin ang mabubuting bata? bakit hindi lang ang mga masasamang tao na gumagawa ng masama at iwan ang mga mabubuti? Bakit kailangan magawan ng masasamang tao at patuloy na makalaya? Sya ang may kotrol. Diba? Bakit nya hinayaan ang masasamang kaluluwa mabuhay at kunin ang mga mabubuti?

Kasi kailangan nya nag mabui at masama. Kung walang masama walang mabubuti. Katulad ng rosas. Ang ganda ng rosas, pero ang mga tinik nito ang makakatusok sa ating kamay at dahilan para dumugo. Katulad ng Dyamante. Ang Dyamante ay isa lamang pangit na bato lang nung una. Para lang silang malaking tipak ng nabasag na bote. Ang dyamante ay gawa sa mainit na apoy habang patuloy na pinopokpok. isipin mo yun? Magdadaan ang araw, buwan, tao para makabuo ng isang maganadang bato na magagamit bilang isang alahas.

Katulad ng tao. Dekada ang magdadaan para magbago ang tao. para kung saan sila nararapat. Kung saan gusto ng Diyos sila malagay. Kahit pa isang paraan lamang ang naituro sa kanila para mabuhay. Maari ka sumunod sa Diyos buong buhay mo at mamuhay ng tama, pero sasabihin ko sayo may mangyayari poa ring masama sayo! Lalo na kung ikaw iba ang kulay ng balat mo sa kanila. At nagsasabi lang ako ng totoo.

Ang iba sainyo ay may mas prebileheyo. Prebileheyo ng kulay. At wag nyo sabihin na mapangmata ako kasi nagsasabi lang ako ng totoo! Ako ay kalahating puti at kalahating itim. At sa totoo lang ang ina ko ang puti at kinasusuklaman nya ang kayang kulay at ganun din ang aking ama na itim, dahil sa mga kasamaan nilang ginawa. OO ang mga mapagmata ay nananatili pa rin sa mundong ito. Nakikita ko to araw araw! Mula sa ibatibang lahi.

Bakit hindi tayo magkaisa na lamang at magmahal ng katulad ng gusto ng Diyos. Kaysa naman sa pinapatay natin ang isat isa at gumawa ng masama sa kapwa? Bakit hindi tayo mamuhay sa perpektong mundo na walang ng mga batang namamatay, mga pinapatay,may kanser o kung ano pa? Bakit natin kailangan gumawa ng masama sa mundong ito?

Kasi kailangan ng Diyos gumawa ng kanyang pinakamagaling na tagapanggol sa lahat ng mabigat na laban nya. At dahil dyan, Lahat ng nangyari sa buhay ko ay di nararapat, pero pinagdaanan ko pa rin ito. Bakit? Kasi gusto ko ng pagibig. Ng totoong pagibig. Pagibig na hindi kaya ibigay ng tao. Yung klase ng pagibig na buong buhay ko hinahanap. Kaya ang dami ko pinagdaanan na pambubugbog. Pambubugbog na hindi lamang pisikal. Kung hindi mental at spiritual din.

Ginawa nya akong pinakamatatag na sundalo. Ginawa ako para pabagsakin si Pharaih, katulad ni Moses. Tinatawag nila akong baliw katulad ni Moses, pero alam ko ang mga sakripisyo na ginawa ko at sumunod lang ako sa yapak ng Diyos. Ako ang tupa na isinakripsyo. Binigay ko ang sarili ko sa maykapal at kanyang naging sundalo. Sinakripsyo ko ang aking sarili para mapakita sa mga tao ang pagibig. Ang klase ng pagibig na walang hangam. Sabi nilang ang pagibig ay mapagtiis. Totoo yun, pero tayo mga tao ang hindi mapagtiis kung hindi tayo tutruan kung paano ito. Ang pagibig ay mabuti, laging mabuti. Hindi ako magsisnungaling dito. HAHAHA. Kung ang pagibig ay mabuti hindi natin pagdadaanan ang lahat lahat ng yun galing sa mga taong nagsasabi na mahal tayo. Ang pagibig ay hindi mapag inggit, isan rin kasinungalingan. pupusta ako ng kahit magkano kapag ang asawa nyo ay nagluko hindi kayo maiinggit! Ang pagibig ay hindi mayabang, Bakit hindi? Gusto ko malaman ng buong mundo kung sino ang mahal ko. Mahal ko ang aking asawa, ang aking mga anak, ang aking pamilya, mahal ko ang Diyos. Ipagyayabang ko silang lahat sa mabuti man o masamang oras.

Ipagmamalaki ko ang mga mahal ko! Ang pagibig ay hindi mapagmalaki, sobrang pinagmamalaki ko sila! Lahat sila hindi dahil sa mga masama nilang nagawa, kung hindi dahil sa lahat ng narating nila at kung paano nila kinilala ang Diyos. Ang pagibig ay hindi bastos, oo bastos ito! Hindi ba ang hindi pagsasabi ng maliliit na kasinungalingan ay pagiging bastos. Sabi ko nga dati hinahanap ko ang pagibig sa maling lugar, pero meron na ako ng laha ng ito. Hindi lang bukas ang aking mata ko. Ang dami pa dumaan para mawala ang aking pagkabulag.

Ang pagibig ay hindi agad nagagalit. Tingnan natin kung ilan sainyo ang hindi nagagalit kapag nagluko ang kanilang asawa, o pag binugbog kayo, o pagsalitaan kayo na parang maliit na bata. O pag anak ninyo ay pagsabihan kayo na manahimik, o pagbagsakan kayo ng pinto at sabihin lumyas kayo sa kwarto ng bahay na kayo ang nagbabayad.O kaya kapag ang kapatid mo ay sinampal kayo dahil sinabi mo ang mali nila. O kaya ang kpag ang kapatid mo ay natulog sa tabi ng asawa mo, o kaya kapag pinalayas ka ng kapatid mo dahil ayaw nya na tumira kasama nito at mgabayad lahat ng kailangan nito at supurtahan ang bisyo nito, at ituturing pa ikaw ang mga anak mo ng masama. Sabihin ninyo sa aking na hindi yun galit.

Ang pagibig ay hindi naglilista ng masasama nating gawain, kung totoo yun hindi sana walang impyerno hindi ba? Kasi ang Diyos ay naglilista ng masasama nating gawain, at ganun din ang Gobyerno. Napakamawalanghiya! Hindi nakakatuwa ang pagibig sa kasamaan. Para sabihin ko sainyo may mga mabuti at masama tayong katauhan. Pinaganak tayo sa kasalanan. Walang masama o mabuti sa bawat isa. Tapos!

Kahit pa yung mga lagi nasa simbahan. Ang pagibig ang laging magproportekta, hmmmmmmmm hindi ko lang alam, kasi yung mga tao na nagpakahirap mahalin ako ay ang tao din na hindi ako naprotektahan.

Sila ang mga tao na kailang ko ng proteksyon Ang pagibig ay kailangan ng tiwala, hindi din. Hindi ka pwede magtiwala sa tao! Hindi sila maari pagkatiwalan. ang pagibig ay pag asa. Dyan lamang ako sa ngayon. Lagi ako umaasa at naniniwala sa tao at Diyos. Lagi ako umaasa nang mabuti para sa mga tao kahit pa binigo nila ako at ginusto ako mapasama.

Ang pag ibig ay matyaga, ito ang tunay na totoo. Ang totong pagibig ay patuloy na nalaban. Kahit ano pang kasamaan o kabutihan. Ang pagibig ay di ka binibigo, minsan OO. Lagi kapag nasa maling tao tayo. Lagi tayo bibiguin hangang ilagay tayo ng Diyis sa tamang tao. Ang pagibig nya ang di tayo bibiguin pero ang sa tao, oo.

At dahil diyan, Ano ang pagibig? Ang lahat ay mayroong sariling kahulugan ng pagibig at sariling pagtingin dito. Para sa akin ang tunay na pagmamahal ay mahirap. Napakahirap! Ang tunay lamang na pagmamahal ay galing sa Diyos. At ang Diyos ay nabubuhay sa maraming paraan na maraming pangalan, maraming relihiyon at maraming paniniwala. Ang Diyos ay ang ating paniniwala! Ang Diyos ay may pagibig! Ano ang pinaniniwalaan mo? Walang sino man ang makakabali ng paniniwala ko o magpasunod sa akin! Sa Diyos lamang ako! Ako ay kanyang pinakamagaling sundalo, at yan ang aking paniniwala! Ako ay pagibig!

N PS: Isinulat ng Diyos ang aklat na ito kaya idagdag ninyo ito sa inyong bibliya!!!! Tapos!!!

Isinulat ni: Michailah A'Reeba Belle

Pahina ng pangkulay

www.ingramcontent.com/pod-product-compliance
Lightning Source LLC
LaVergne TN
LVHW051008051026
849532LV00005B/1856

* 9 7 9 8 3 4 8 5 3 8 9 6 5 *